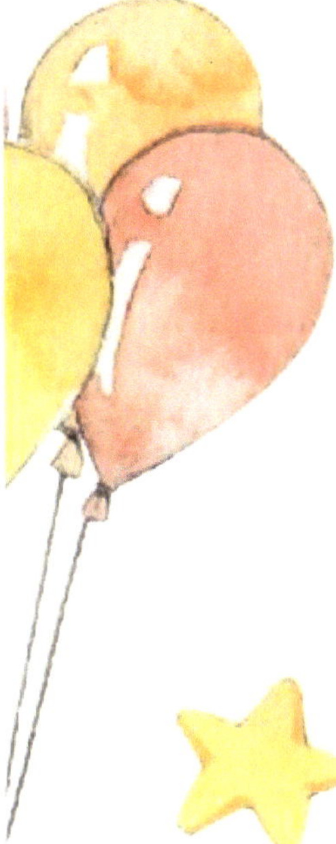

300 Vocabulary Picture Flashcards

English - Gujarati

granddaughter

પૌત્રી

grandmother

દાદી

grandson

પૌત્ર

mother

માતા

nephew

ભત્રીજા

niece

ભત્રીજી

sister

બહેન

son

પુત્ર

stepdaughter

સાવકી દીકરી

stepmother
સાવકી મા
stepson
પગથિયાં
uncle
કાકા
bowl
બાઉલ
cup
કપ
dish
DOG
વાનગી
fork
કાંટો
glass
ગ્લાસ
knife
છરી

mug

પ્યાલો

napkin

હાથમા ુ લૂછવાના

pepper

મરી

pitcher

ઘડો

plate

પ્લેટ

salad

કચુંબર

salt

મીઠું

saucer

રકાબી

spoon

ચમચી

sugar	Sunday	Monday
	Sunday	Monday
ખાંડ	રવિવાર	સોમવાર
Tuesday	**Wednesday**	**Thursday**
Tuesday	Wednesday	Thursday
મંગળવારે	બુધવાર	ગુરુવાર
Friday	**Saturday**	**bake**
Friday	Saturday	
શુક્રવાર	શનિવાર	ગરમીથી પકવવું

boil
ઉકાળો
broil
બ્રોટલ
can opener
ખોલનારા કરી શકો છો
fry
ફ્રાય
grill
જાળી
measuring cup
30
20
10
કપ માપવા
measuring spoon
ચમચી માપવા
microwave
માઇક્રોવેવ
mixing bowl
મિશ્ર કરવાનું પાત્ર

paper towels

કાગળ ટુવાલ

poach

ઇંડા પોચો

potholder

પોટ ધારક

roast

શેકવું

rolling pin

રોલિંગ પિન

scramble

ભાંખોડિયાંભર થઈને

simmer

સણસણવું

knife

છરી

spoon

ચમચી

spatula
spatula
steam
વરાળ
strainer
તાણ
timer
ટાઇમર
11:59
fork
કાંટો
toaster
ટોસ્ટર
kettle
કેટલ
refrigerator
રેફ્રિજરેટર
blender
બ્લેન્ડર

cabinet

કેબિનેટ્સ

cupboard

કપબોર્ડ

microwave

માઇક્રોવેવ

back

પાછા

cheeks

ગાલ

chest

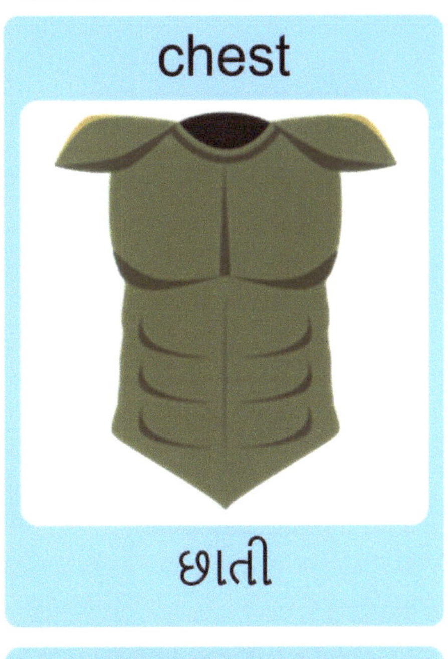

છાતી

chin

રામરામ

ears

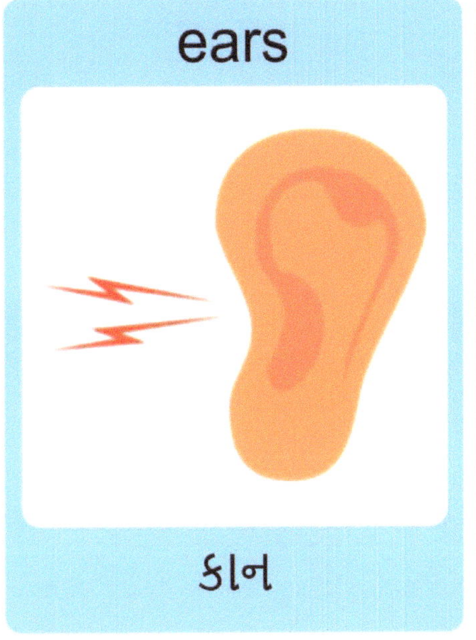

કાન

eyebrows

ભમર

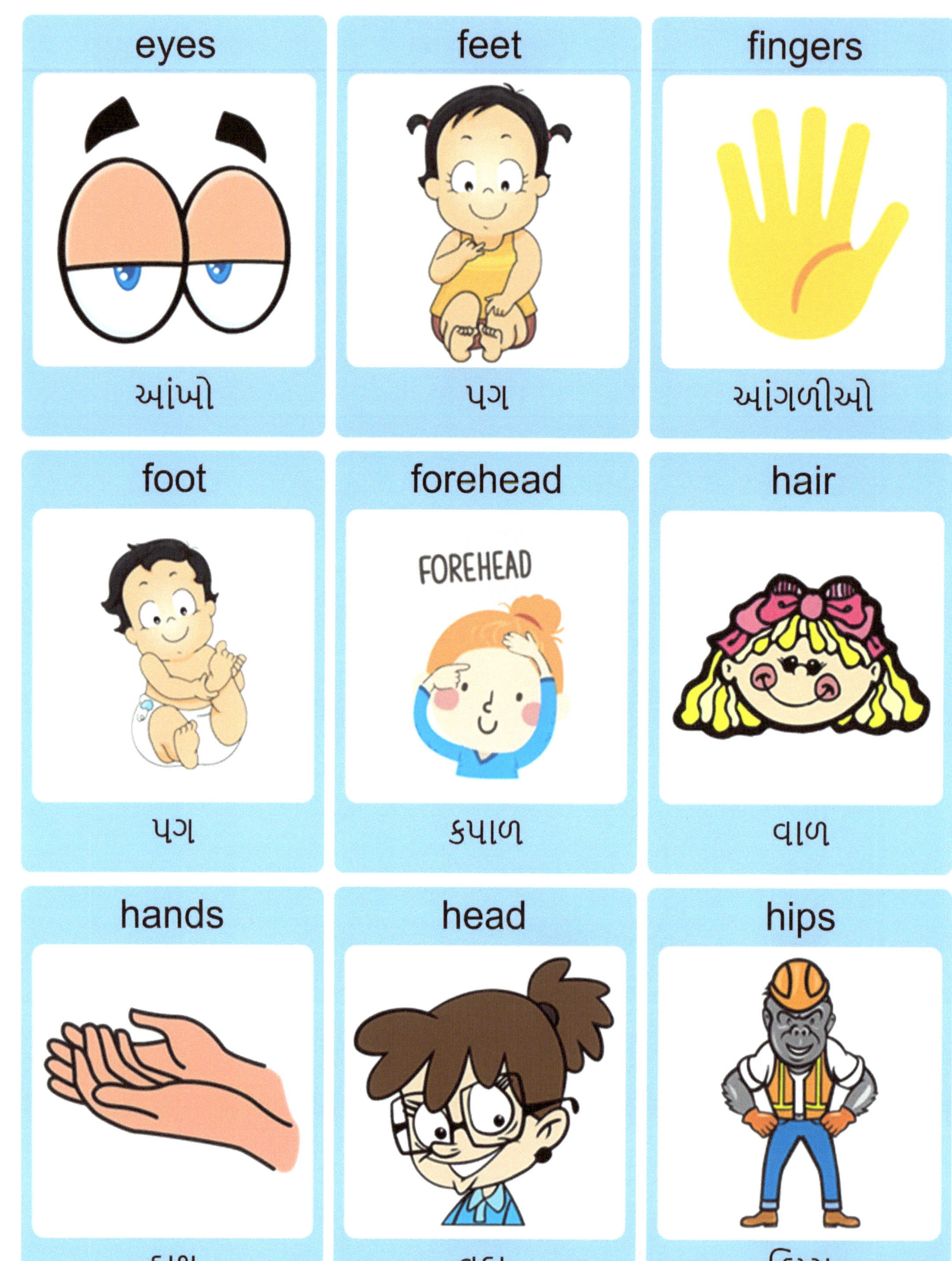
eyes
આંખો
feet
પગ
fingers
આંગળીઓ
foot
પગ
forehead
FOREHEAD
કપાળ
hair
વાળ
hands
હાથ
head
વડા
hips
હિપ્સ

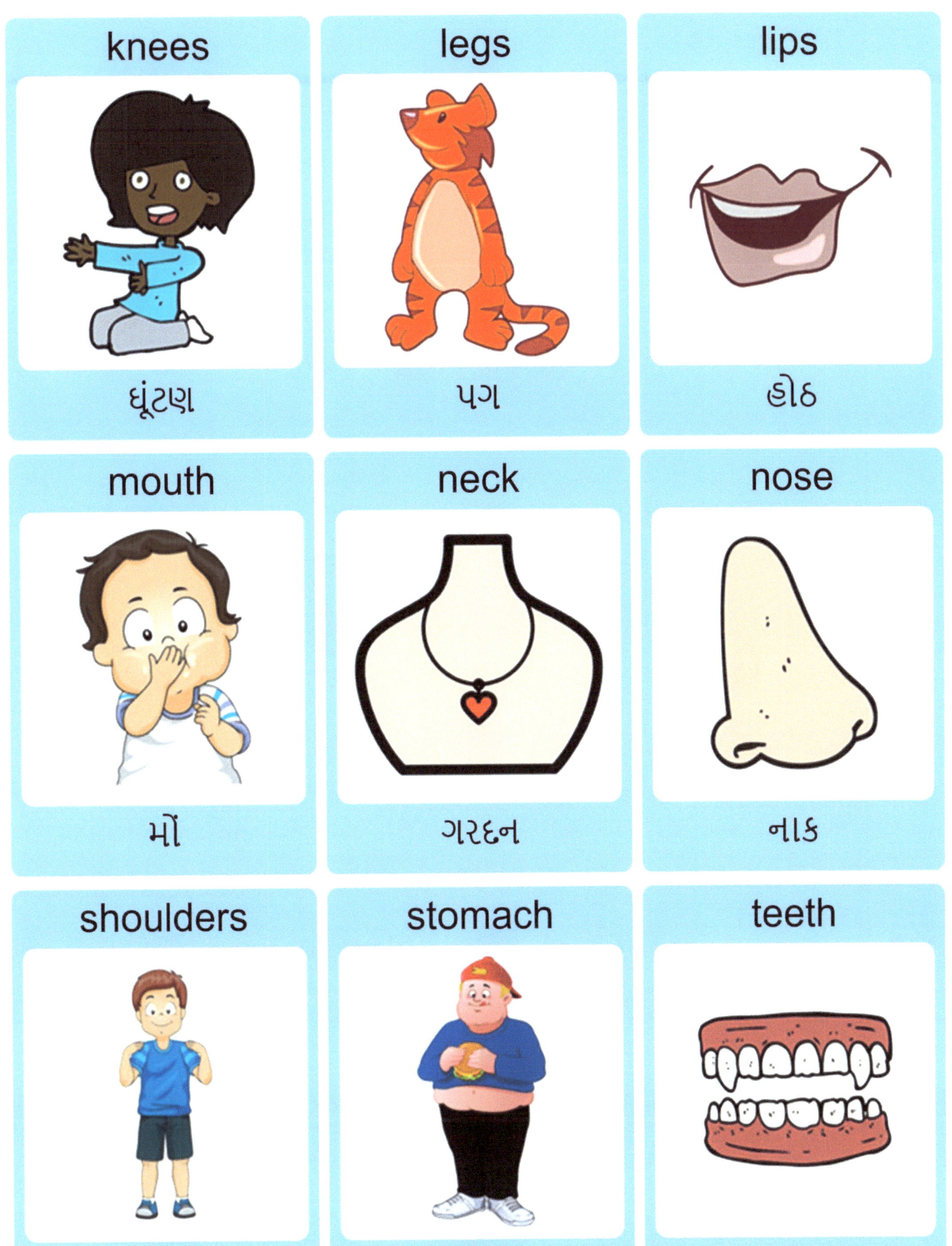
knees
ઘૂંટણ
legs
પગ
lips
હોઠ
mouth
મોં
neck
ગરદન
nose
નાક
shoulders
ખભા
stomach
પેટ
teeth
દાંત

throat

ગળું

toes

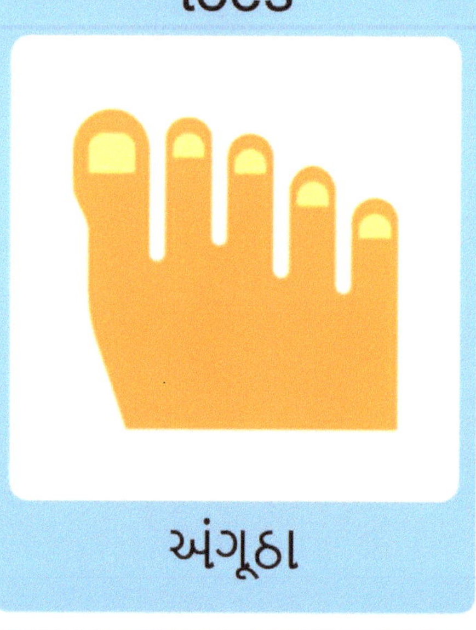

અંગૂઠા

tongue

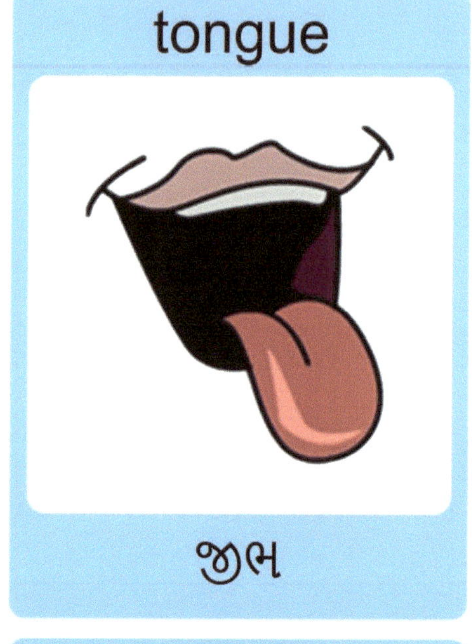

જીભ

tooth

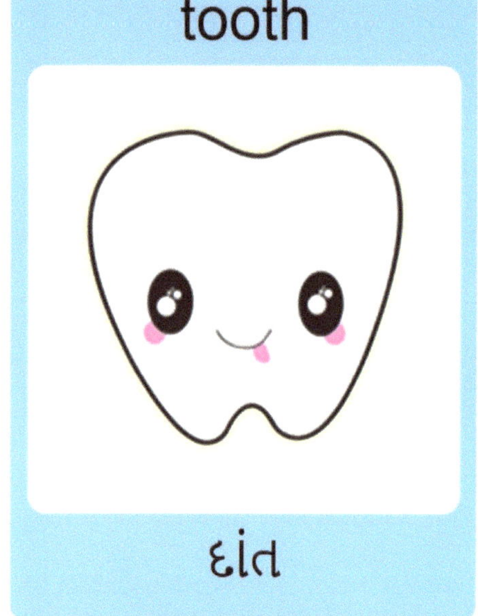

દાંત

waist

કમર

overalls

ઓવરઓલ્સ

mittens

મિટન્સ

beanie

બીની

apron

એપ્રોન

doll
ol◌ીંગલી
rattle
રેટલ્સનો
toy
રમકડા
diaper
ડાયપર
bassinet
બેસિનેટ
bib
બીબી
octagon
અષ્ટકોણ
triangle
ત્રિકોણ
square
Square
સ્ક્વેર

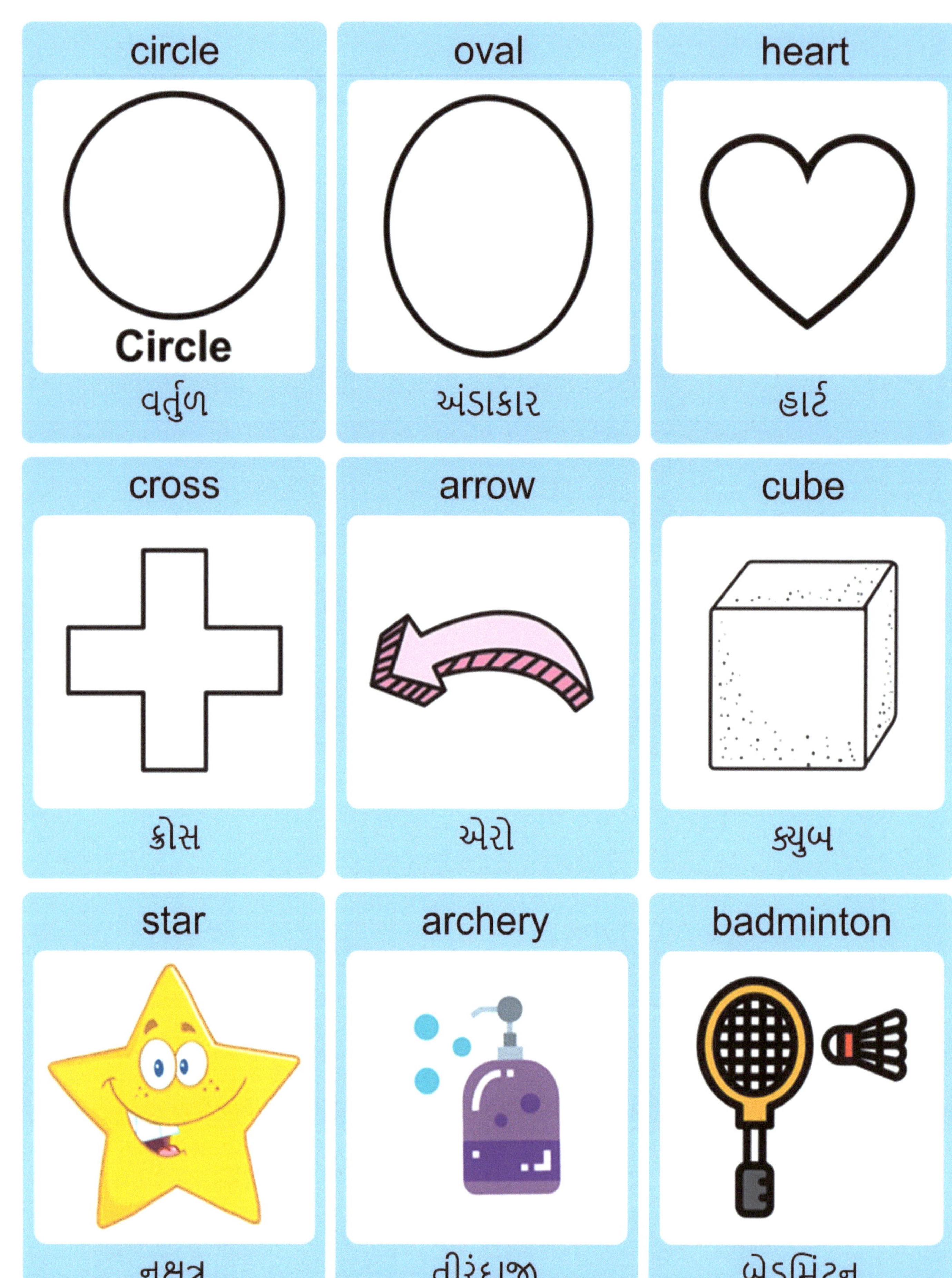
circle
Circle
વર્તુળ
oval
અંડાકાર
heart
હાર્ટ
cross
ક્રોસ
arrow
એરો
cube
ક્યુબ
star
નક્ષત્ર
archery
તીરંદાજી
badminton
બેડમિંટન

cricket

ક્રિકેટ

bowling

ાક્રકેટમા દડાન

boxing

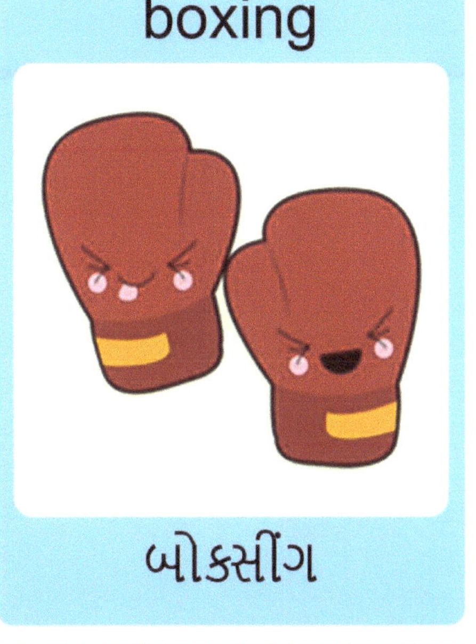

બોક્સીંગ

tennis

ટnisનિસ

skateboarding

સ્કેટબોર્ડિંગ

surfing

સર્ફબોર્ડિંગ

hockey

હ hકી

yoga

યોગા

fencing

તલવાર વગાડવી

fitness

તંદુરસ્તી

gymnastics

જિમ્નેસ્ટિક્સ

karate

કરાટે

volleyball

વાleyલીબ .લ

weightlifting

વજન પ્રશિક્ષણ

basketball

baseball

બેઝબ .લ

rugby

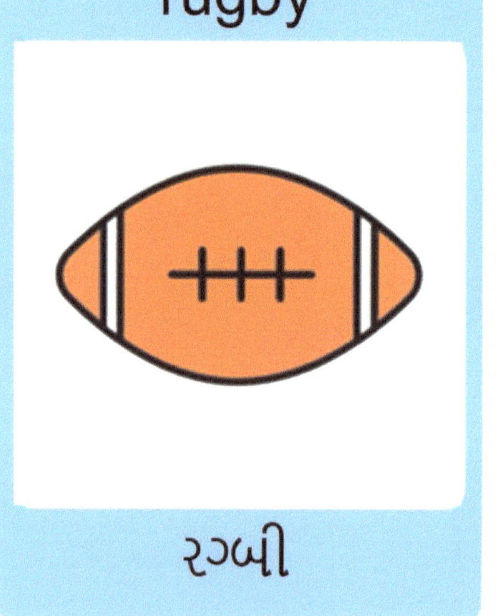

રગ્બી

wrestling

કુસ્તી

car racing

કાર રેસિંગ

cycling

સાયકલિંગ

running

દોડવું

table tennis

ટેબલ ટેનિસ

fishing

માછીમારી

judo

જુડો

climbing

ચડવું

shooting

શૂટિંગ

golf

ગોલ્ફ

ride
રાઇડ
sit down
બેસો
stand up
ઉભા થાઓ
fight
લડવું
laugh
હસો
read
વાંચવું
play
રમ
listen
સાંભળો
cry
રડવું

think

વિચારો

sing

ગાઓ

watch tv

ટીવી જુઓ

dance

ડાન્સ

turn on

ચાલુ કરો

turn off

બંધ કરો

win

વિન

fly

ફ્લાય

cut

કાપવું

throw away

ફેંકી દો

sleep

ઊંઘ

close

બંધ

open

ખુલ્લા

write

લખો

give

આપો

jump

કૂદી

eat

ખાવું

drink

પીવો

cook

ફૂક

wash

ધોવું

wait

પ્રતીક્ષા કરો

climb

ચાlim◌ી

talk

વાત કરો

crawl

ક્રોલ

dream

સ્વપ્ન

dig

ડિગ

clap

તાલી

knit
ગૂંથવું
sew
સીવવા
smell
ગંધ
kiss
ચુંબન
hug
આલિંગન
snore
નસકોરાં
bathe
નવડાવવું
bow
નમવું
paint
પેઇન્ટ

dive

ડાઇવ

ski

સ્કી

stack

સ્ટેક

buy

ખરીદો

shake

હલાવો

programmer

પ્રોગ્રામર

veterinarian

પશુચિકિત્સા

street vendor

ફેરિયો

miner

ખાણિયો

teacher

શિક્ષક

bellboy

બેલબોય

speaker

સ્પીકર

butcher

બુચર

pharmacist

ફાર્માસિસ્ટ

receptionist

રિસેપ્શનિસ્ટ

politician

રાજકારણી

tour guide

પ્રવાસ માર્ગદર્શિકા

entrepreneur

ઉદ્યમ

ballet dancer

બેલે નૃત્યાંગના

astronaut

અવકાશયાત્રી

judge

ન્યાયાધીશ

lawyer

વકીલ

cashier

કેશિયર

taxi driver

ટેક્સી ડ્રાઈવર

plumber

પ્લમ્બર

musician

સંગીતકાર

chef

રસોઈયો

baker

બેકર

artist

કલાકાર

actor

અભિનેતા

bartender

બાઈકર

hairdresser

હેરડ્રેસર

bishop

બિશપ્સ

optician

ઓપ્ટિશિયન

florist

ફ્લોરિસ્ટ

writer

લેખક

accountant
એકાઉન્ટન્ટ
wine
વાઇન
coffee
કોફી
lemonade
લેમોનેડ
hot chocolate
ગરમ ચોકલેટ
milkshake
મિલ્કશેક
water
પાણી
tea
ચા
milk
દૂધ

beer

બીઅર

soda

સોડા

smoothie

સ્મૂધી

milkshake

મિલ્કશેક

coconut milk

નાળિયેર દૂધ

orange juice

નારંગીનો રસ

cocoa

કોકો

cheese

ચીઝ

egg

ઇંડા

butter
માખણ
margarine
માર્જરિન
yogurt
YOGURT!
દહીં
cottage cheese
કોટેજ ચીઝ
ice cream
આઈસ્ક્રીમ
cream
ક્રીમ
sandwich
સેન્ડવિચ
sausage
સોસેજ
hamburger
હેમબર્ગર

hot dog
હોટ ડોગ
bread
બ્રેડ
pizza
પિઝા
steak
ટુકડો
roast chicken
રોસ્ટ ચિકન
fish
માછલી
seafood
સીફૂડ
ham
હેમ
kebab
કબાબ

bacon

બેકન

sour cream

ખાટી મલાઈ

cow

ગાય

rabbit

સસલું

duck

બતક

shrimp

ઝીંગા

pig

પિગ

bee

મધમાખી

goat

બકરી

crab
કરચલો
deer
હરણ
turkey
તુર્કી
dove
ડવ
sheep
ઘેટાં
fish
માછલી
chicken
ચિકન
horse
ઘોડો
wing chair
ખુરશી

tv stand

ટીવી સ્ટેન્ડ

sofa

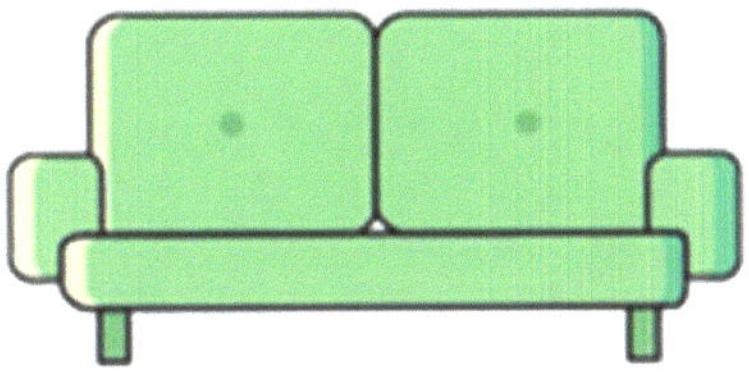

સોફા

cushion

કુશન

telephone

ટેલિફોન

television

ટેલિવિઝન

speaker

સ્પીકર્સ

end table

બાજુ ટેબલ

tea set

ચાનો સેટ

fireplace

ફાયરપ્લેસ

remote
રિમોટ્સ
fan
વિજળી થી ચાલતો પંખો
floor lamp
માળ દીવો
carpet
કાર્પેટ
table
ડેસ્ક
blinds
બ્લાઇંડ્સ
curtains
કર્ટેન્સ
picture
ચિત્ર
vase
ફૂલદાની

clock

ઘડિયાળ

pillow

ઓશીકું

hat stand

ટોપી લટકનાર

dressing table

ડ્રેસિંગ ટેબલ

table lamp

ટેબલ લેમ્પ

mirror

અરીસો

ironing board

ઇસ્ત્રીમાટેનું બોર્ડ

hope chest

ડ્રોઅર સાથે બક્સ

night table

બેડસાઇડ ટેબલ

bed

બેડ

air-conditioner

એર કન્ડીશનર

jug

જગ

toothpaste

ટૂથપેસ્ટ

toothbrush

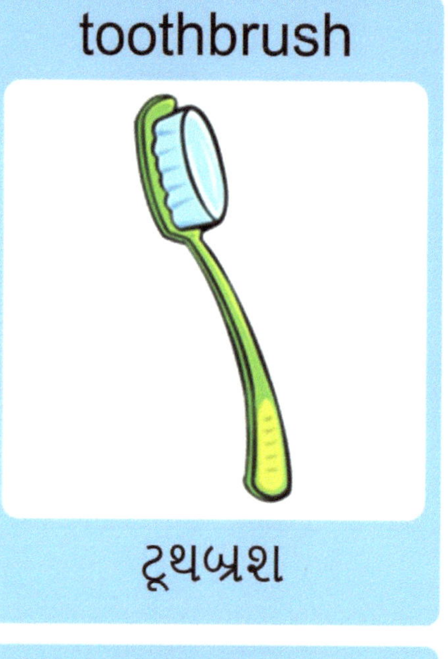

ટૂથબ્રશ

soap

સાબુ

clothespin

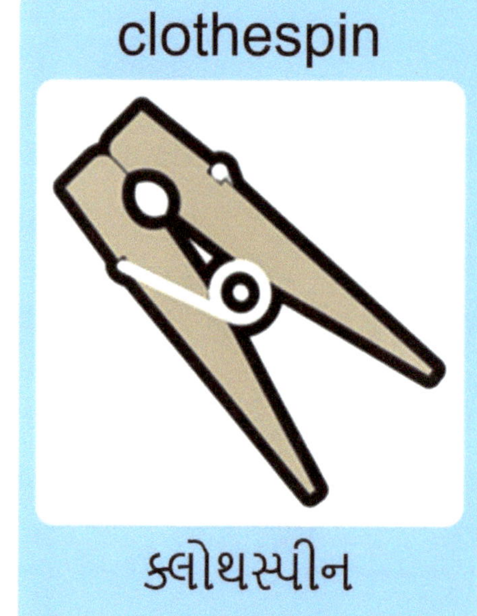

ક્લોથસ્પીન

hanger

હેન્જર

hair dryer

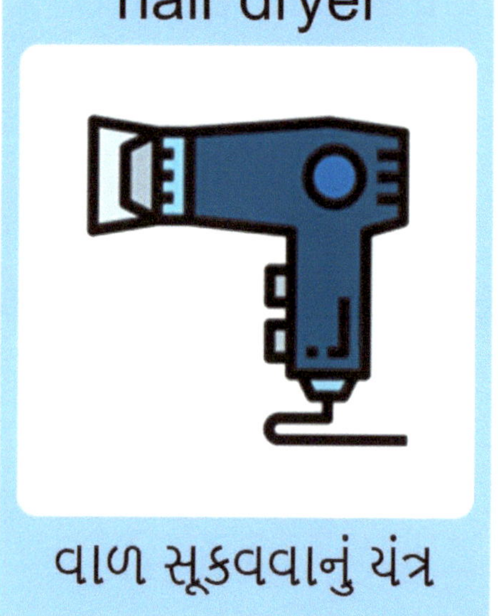

વાળ સૂકવવાનું યંત્ર

shampoo
શેમ્પૂ
bubble
બબલ
brush
બ્રશ
toilet paper
શૌચાલય કાગળ
towel
ટુવાલ
clothesline
ક્લોથસ્લાઇન
shower
શાવર
bathtub
બાથટબ
laundry detergent
કપડા ધાવાના ના

bucket

ડોલ

mops

મોપ્સ

liquid soap

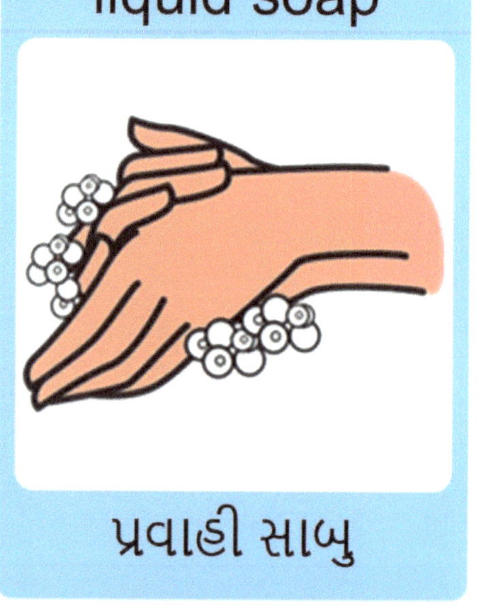

પ્રવાહી સાબુ

washing powder

કપડા ધોવાનુ પાવડર

trash bag

કચરાપેટી

trash can

કચરાપેટી કરી શકો છો

sinks

સિંક

toilet bowl

ટોઇલેટ બાઉલ

washing machine

વોશિંગ મશીન

laundry basket

લોન્ડ્રી ટોપલી

razor

રેઝર

electric razor

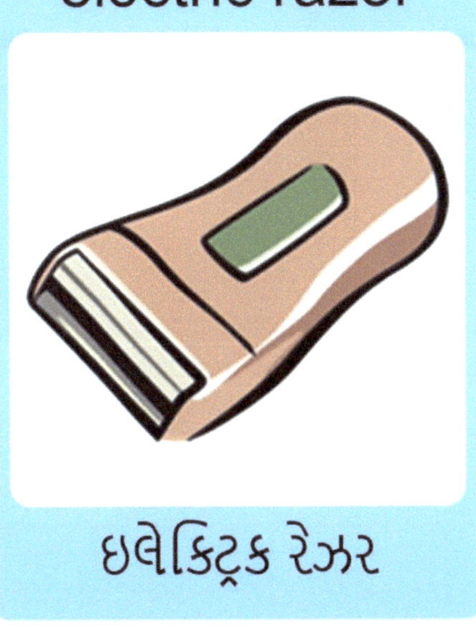

ઇલેક્ટ્રિક રેઝર

shaving cream

શેવિંગ ક્રીમ

mouthwash

માઉથવોશ

cotton bud

સુતરાઉ કળી

hair brush

વાળનો બ્રશ

comb

કાંસકો

cleanser

ક્લીન્સર

www.ingramcontent.com/pod-product-compliance
Ingram Content Group UK Ltd.
Pitfield, Milton Keynes, MK11 3LW, UK
UKHW060107300726
14090UKWH00003B/397

* 9 7 9 8 5 2 1 0 6 3 4 9 9 *